கற்கவி

காதல் அமிசம்

பு.சதீஷ்வரன்

டிஸ்கவரி பப்ளிகேஷன்ஸ்

எண்: 9, பிளாட் எண்: 1080A, ரோஹிணி பிளாட்ஸ்

முனுசாமி சாலை, கே.கே.நகர் மேற்கு,

சென்னை – 600 078. பேச: 99404 46650

கற்கவி - காதல் அமிசம் (கவிதைகள்)

ஆசிரியர்: **பு.சதீஷ்வரன்**©

அட்டை ஓவியம்: மணிவண்ணன்

KARKAVI - KAADHAL AMISAM (Poems)

Author: **B.Satheeswaran**©

Printed : Ramani Print solutions, Chennai -5.

First Edition: August - 2021

வெளியீட்டு எண்: 0017

ISBN: 978-93-91994-01-3

Pages: 72

Rs. 100

Publisher • Sales Rights

Discovery Publications	**Discovery Book Palace (P) Ltd**
No. 9, Plot,1080A,	No. 6, Mahaveer Complex,
Rohini Flats,	Munusamy Salai,
Munusamy Salai,	K.K.Nagar West,
K.K.Nagar West,	Chennai-600 078.
Chennai - 600 078.	Ph: (044) 4855 7525
Mobile: +91 99404 46650	Mobile: +91 87545 07070

discoverybookpalace@gmail.com
WWW.DISCOVERYBOOKPALACE.COM

இந்த நூலில் பிரசுரமாகியுள்ள எந்த ஒரு பகுதியையும் பதிப்பாளரின் எழுத்துபூர்வமான முன்அனுமதி பெறாமல் எடுத்தாள்வதோ, மறுபிரசுரம் செய்வதோ, மொழியாக்கம் செய்வதோ, அச்சு மற்றும் மின்னணு ஊடகங்களில் மறுபதிப்பு செய்வதோ, காப்புரிமைச் சட்டப்படி தடை செய்யப்பட்டுள்ளது. இந்த நூலிலிருந்து குறிப்பிட்ட பகுதிகளை மேற்கோள் காட்டி புத்தக விமர்சனம் செய்ய, ஊடகங்களுக்கு மட்டும் அனுமதி உண்டு.

உங்கள் மொபைல் போனிலிருந்து ஸ்கேன் செய்து டிஸ்கவரி புக் பேலஸின் மொபைல் ஆப்பை டவுன்லோடு செய்து, புத்தகங்களை வாங்குங்கள்.

காணிக்கை

காதல் கண்ட யாவருக்கும்

முன்னுரை

காதல்
எல்லைகள் துறந்த மாயவிசை
திறக்காத இதய கதவுகள் உண்டோ
அதன் வாசலில் குழம்பாத உயிர்கள் உண்டோ

காதல்
துருவங்கள் கடக்கும்
காணாத பரிமாணங்கள் திறக்கும்
வேறு உறவுகள் காணாத உணர்வுகள் பருகும்

எல்லையற்ற காதல் பெருங்கடலில்
சிந்திய ஒரு துளியின் சிறுபகுதி
இக்கவியில்...

அன்புடன்,
- **பு.சதீஷ்வரன்**

பொருளடக்கம்

1. காதல் புன்னகை சிந்தும் 6
2. புன்னகையில் உச்சம் தொடும் 26
3. ஏக்கம் காட்டும் 33
4. பிரிவென தனிமையில் கதறும் 39
5. கதியற்று மன்றாடும் 52
6. காதல் கண்ணீர் பருகும் 66

காதல் புன்னகை சிந்தும்...

1

தரையைப் பிரித்து
கருவை நோக்கும்
வேரின் பயணம்
அன்பென வனங்கள் அகன்றிடவே!

நான் எனும் முனைப்பிலே இருவரும்
சுவர்களால் பிரிந்தோம்
*

பிரிந்தாலும் இணைந்தே இருப்போம்
பறவையின் சிறகாகவே

இணைவோமா கோபங்கள்
மறந்து
*

சிற்றின்பம் கொள்ள
ஏதோ ஒரு புரியா உணர்வு
புதிதாக எனைத் தடுக்குதே

நீ உரசா பாகங்கள்
அழகுடைந்து போகின்றன

*

நாட்களும் நகர நகர
அழகைக் கூட்டி கொல்கிறாய்

பேச்சு மூச்சு இல்லா
முத்தத்தின் நெருக்கத்தில்
மீண்டும் கிடப்போமா

*

நாம் கொண்ட கேள்விக்கெல்லாம்
பேசாமல் விடை தருகிறாய்

கை கோர்க்கும் தூரம் இருந்தும்
இடைவெளிகள் நீளுதே

*

நீ கடந்த நொடியில் வாசம்
இன்னும் கனமாய் கொல்ல ஏங்கினேன்

உன் தேகம் உரச வேண்டி
உன் ஆடைக்குள் சுருங்கினேன்

*

நீ வரைந்த தூரிகைக் கொண்டு
தலைவாற வேண்டினேன்

நாம் கொண்ட இடைவெளி நிரப்ப
எதைக் கொண்டு வருவேன்

*

இரு தோள்கள் உரசிய சுகத்தில்
முடியா பொழுதுகள்
கழிப்போமா

*

நாம் உறங்கும் நேரம் போக
விழி எதிரில் இருவரும்
கிடப்போமா.

* * *

2

ஒரு மர நிழலே உதிர்ந்து
என் மார்பில் இறங்கிய
ஒரு கிளை மலரே!

காடோட குடியிருந்தாலும்
ஒரு மர நிழலே
போதுமடி

கட்டுமரமா
ஊரு வளர்த்தும்
உந்தன் மடியில்
நெளியுதடி

பரபரவென பார்வை
பறந்தும்
உன் விழி கடக்கையில்
உரையுதடி

ஏத்தி வச்ச முறுக்கு எல்லாம்
உந்தன் மூச்சில்
மெளியுதடி

உன்னை நினைக்க
கோடி வரியும்
ஜென்மம் நிறைய
பொழியுதடி
*

எதிரில் நிற்க
உன் பெயரைத் தாண்டி
ஒற்றைச் சொல்லும்
திணறுதடி

முதல் சொட்டை உறிஞ்சும்
வறண்ட நிலம் போல
உன் விழியோரம்
மடிந்து கிடப்பேனடி

வளையாத நதிக்கரையும்
உன் இடை கண்டால்
வளையுதடி

சிந்தாமல் சேர்த்து வைத்த
ஆசையெல்லாம்
வியர்வை தொட்டு பேசும்
நொடியில் வழியுதடி

தமிழ் தொடுத்த
காவியமே
ஒவ்வொரு எழுத்தின்
இலக்கணப் பிழை அறிவோமா.

* * *

3

அனுதினமும் உன் நினைவில்
அமிழ்ந்திடும்
வினோதன் வடிவுரும்
திகட்டா பொழுது!

முழுமதி முகமும்
வெண்மதி மடியும்
விடியல் துணையாய் தொடராதோ

தேநீர்க் கோப்பையும்
இதழின் ஈரமும்
எனைத் தழுவ யுத்தம் செய்யாதோ

பதியாமல் விழுகின்ற
இலைகளைப் போல
கன்னங்கள் தழுவிடுமோ

மின்னும் மின்மினி
கண்களோ

*

நதியினும் அழகாய்
புருவமோ

*

நுனியும் அழகென
மூக்கின் மேல்
ஓவியம் அதிசயமே

எண்ணற்ற வரிகளை
என் மையும் எழுத
ஓர் வசனம் வாசிக்க
உன் இதழோ
இங்கில்லையே

நுரையில் மறையும்
ஓர் அழகிய உருநிழலென
உன் நினைவும்
இங்கே மறையுதடி

நீ கலைத்த தலைவரிசையும்
சேர்ந்தே வாட்டிய பூவாசமும்
பல்லவி பத்தியாய்
தொடராதா

கொஞ்சும் குரலில்
கடிந்து பேசும்
மழலைமொழியும்
மறவாதே

சாகாவரமென
உன்னுடன் கழித்த
விடுமுறை தினங்கள்
திரும்பாதோ

உன்னுடன் மாத்திரம்
நாள் அமைந்தால்
எவ்விடமாயினும்
இன்புலகே

பறவையாய் இங்கு
நானும் பறக்க
*

சிறகென என்றும்
நீயும் இருக்க
*

வழியெல்லாம் காற்று
இசையும் அமைக்க
*

ஆழி கடந்து
பூமி மறந்து
உறவின் பொருளாய்
நாமே இருப்போம்.

***

4

எதிர் துருவ மத்தியில்
விசையென காதலில் அலர்ந்து
அவதரணம் ஆயிரம் கண்டு
காதல் இதுவென சொல்வோமா!

நவசாரிகையே
உயிரை இறுக்கி
என்னை உருக்கிப் போவாயோ

கன்னக்குழியை
இதழின் முனையால்
சிரிப்பில் இணைத்துக் கொல்வாயோ

கடிதரிசனம் ஒருதரம் போதும்
மேகம் மழையாய் பெய்யுதடி

வா கதைப்போம்
கிளையின் நுனியில்
சிட்டுக்குருவியின் கீச்சலைப் போல

சுற்றம் எல்லாம் மௌனம் கொள்ள
கீச்சல் கொஞ்சலில் இணைவோமா

நம் காதல் எல்லை அறிய
மறுபிறவியில் வேறு உயிர் கொள்வோமா

*

நம் பார்வையில்
இருவரும் சிறைபிடிக்க
சந்திரன் சூரியன் ஆவோமா

*

இந்த இடைவெளி உயிரை இறுக்க
சிறகாய் பிறந்து பறப்போமா

*

இரு உயிர் கலந்து
நீராய் வழிந்து
அருவிப் பாய்ச்சல் கொள்வோமா

உன் சிணுங்களில் கூனிய
முகமும்
என்னுள் எதையோ கட்டி இழுக்குதடி

இலக்கணமற்ற சொல்லும்
உன் இதழ்வழி பிறக்க
வரம் கேட்குதடி

தினம் விழிமூடும் முன்னே
மயில்முகமே போதும்
விடியலில் ஆதவன்
உன் பின்னால்
வரிசையில் நிற்கட்டுமே.

* * *

5

ஆதிரைத் தாண்டிய
வார்த்தைக் களத்தில்
பெண் இனமும் விண் இனமும்
யுத்தமிடுதே!

நான் தெளிக்கும் வார்த்தைக்கே
துயில் உறங்கும் என் தலைவா

*

வான் வழி விண்மீன் மழையில்
இரவுக்குத் துணையாய்
உன்னோடு நான் தலைவா

எனை காணும் கணம் வரை
கண் இமைக்கா தேடலில்
காத்திருப்பை வரைந்தாயோ

*

பிறை கண்டு வருவதில்
காத்திருப்பின் அழகை
உணர்ந்தேனே

எனைக் கண்டு நீ திளைக்க
கணம் தவறாமல் உனை
அணைப்பேனே
*
எனை மறந்து உனைக் காண
வரம் ஒன்று தருவாயோ

நான் பிரிந்த நொடிகளில்
தூதுகள் மறவாதே
*
நீ பிரிந்த உறவுக்கு
தூதாக வருவேனே

பிரிந்தாலும் பிரியாத
சத்தியம் செய்வாயா
*
எவை பிரிந்தும்
எனைப் பிரியா இருப்பாயா

நாம் பார்க்க விழிகளை
பரிமாற்றம் செய்வோமா

*

கருவிழி மாற்றாக
உன் இரு விழி அமைப்பேனே

வெண்ணிற மெத்தை மேல்
துயிலுறங்க வருவாயா

*

வெண்ணிறம் செந்நிறம்
என்று புதிர் கொண்டு
ஒளிப்பேனே

பாலின அர்த்தங்கள்
என்னுள் நீ அறிவாயோ

*

பாலினம் மறந்து
என் காதல் நீ உணர்வாயோ

என் வளைவில்
உன் வாழ்க்கைப் பயணம் நீ
தொடர்வாயோ

*

என் வட்ட வனப்பில்
பெண் வளைவும்
கோணல் ஆகாதா

உன் சிரிப்பின் பொலிவில்
சந்திரனும் மேகத்தைப்
போர்த்துமடி

*

பெண் வடிவில் நீ எடுத்த
சுயரூபம் கண்டு
பெண்பாலும் துகளாய்
பொசுங்குதடி.

* * *

6

அவிவேகி கூவும்
சூசக மொழியில்
ஜதை ஒரு சிறகென
மாறியதே!

காடுகள் தாண்டி
என்னுடன் பறக்கப்
பிறந்தவனே

கருவறை உடைத்து
பார்வை பிறக்க
என் எதிரில் பறக்கச் செய்வாயா

மகவென்ற நிலை மாறி
இறக்கை மலர்ந்தவுடன்
காற்றலை என் சிறகிழுத்து
உன் பக்கம் வீசாதோ

அருவி முகடிலே
கூவும் கீச்சலில்
நீரோடு காதல் சொன்னால்
அழகே

கனிகள் கொறித்து
விதைகள் தூவி
காடுகளோடு காதல் வளர்ப்போமா

ஊடல் அழைப்பை
எவ்வித வாசம் கொண்டு
ஈர்ப்பேனோ

இலைகள் போர்த்த
சிறகிணைத்துத் துயில
எவ்வித மரங்கள்
காண்பேனோ

முகில் மேல் ஏறி
கருக்கம் தேடி
மழைத்துளி வழி
நதிக்கரை அடைவோமா

முடிவென இல்லா
யுகங்கள் தாண்டி
ஓர் ஜதை சிறகினால்
பறப்போமா.

* * *

புன்னகையில் உச்சம் தொடும்...

7

தூரம் நம்மைப் பிரித்தாலும்
முடிவிலியில் சேர
பயணிப்போம்!

உறவின் பெயர் நம்மைப் பிரித்தாலும்
ஏதிலி நான்
உன் மடி தருவாயா

என் விரல் தொட வளைந்த
உன் தேகச்சுறுக்கம் கண்டால்
பிரம்மனின் தூரிகை
மெளிந்திடுமே

நான் சுகம் காண
ஏங்கிய உந்தன் விழியில்
என் ஆத்ம தகைவும்
மறைந்திடுதே

என் இறைவியின் அடிவையில்
என் இதழ் ஈரம் தொட்டால்
இம்மையின் களிவெறி
அடைவேனோ

தேவதை முகம் தொட்ட பாதம்
பாவம் தனிக்க
ஜென்ம படிமம்
பற்றாதோ.

* * *

8

அகவம் ஈர்க்கும் ஆருயிரே!

மறைத்த மொழியில்
முணுகும் காதலில்
இழுப்பாயோ

சிவந்திழுக்கும்
கண்ணம் கிள்ள
தேன் சிந்தாயோ

காய்ந்த இதழில்
ஈரம் சிந்தி
அழைப்பாயோ
*

வேட்கைத் தீர்க்கும் பொழுதில்
ஈரம் வெப்பம்
ஆகாதோ

நாணம் மறந்து நிற்க
அகவம் எல்லை அளக்காதோ
*

எல்லை துறந்த பின்னே
நம் விழுதுகள் பின்னலாய்
பிணையாதோ

சீற்றம் கொண்ட ஊற்றை
முகில் மடியும் சுமக்க
*
வற்றாத பாய்ச்சலானால்
அகழி மொத்தமும் வழியாதோ

ஓய்ந்த புயலும்
இளைத்த காற்றுடன்
பேசாதோ
*
அங்கும் களைத்த கிளிகளும்
அலகில் ஓவியம் தீட்டாதோ

இந்தக் காவியம்
தொடர்ச்சி தவிர்த்தாலும்
சதிபதி இணைந்து பாட
இன்னிசை கீதம் ஆகாதோ.

* * *

9

துராசை துருவம்!

இரவினில் எழுவது
காதல் பிழையா
இல்லை
இச்சையின் இலக்கண வரியா

உன் புலங்களின் ஓட்டத்தை
என் உதிரம் தொடருது
இதுவரை இயங்காத பாகங்கள்
எல்லாம் சரசமாடுது

காதல் காமம் ஆசை பரிவு
மோகம் மயக்கம் ஊடல் தயக்கம்
என் எல்லா காதல் பரிமாணத்தையும்
உன் ஒரு துளி வியர்வை இழுக்குதடி

மோகத்திலே நகம் கொண்டு
தொட்ட இடமெல்லாம் வரையவா
உச்சத்திலே
மென்மை கீறல் வழி
வண்ணம் அள்ளி பூசவா

இதழ் கேட்ட கேள்விக்கெல்லாம்
முத்தம் வழி பதில் சொல்லவா

உன் வளைவுக்கு
ஈடு எதுவும் இல்லை
ஒப்பீடு செய்ய அழகும் இல்லை

என்னையே உன்னில் புதைக்கவா
உனக்குள்ளே புதுமையும் படைக்கவா

இவை எல்லாம்
ஒரு நாள் இரவின் ஆட்டமா
இந்த இரவும்
விடியா நீளாதோ.

* * *

ஏக்கம் காட்டும்...

10

என் மர்ம தாரகையே!

என் மர்ம தாரகையே
தரையில் உலாவும்
வானக வரைபடமே

இந்த உறவை
எழுத்தில் அடக்க முடியா
மொழிகளும் தானே வதைக்கிறதே

உன்னுடன் கழிக்கும்
ரகசிய நொடிக்காய்
கடிகார கூட்டுக்குள்ளே
அலைந்திருப்பேன்

மௌனத்தின் மடியில்
உரையாடல் நீள
மனமோ பிணைந்து
நெருங்கிடுதே

விழிகளின் மொழியில்
காதல் கதைக்கும்
என் உயிர் அன்பியே

குறுநேர அணைப்பிலோ
குறுகிய முத்தத்திலோ
நீ நான் அமிழ்ந்து
நாம் ஆனோம்

எனைத் தேடி
இமை எல்லை நோக்கிய
கருவிழிப் பயணம்
நொடிக்கு ஆயிரம் தரம்
வரமே

ஒரு நாள்
ஒரு பொழுது
உலகின் விழிகள் ஒளித்து
யுகம் யுகம் நொடியினில்
கழிப்போமே

இணையென உலகம்
ஏற்க மறுத்தும்
உன் துணையே
வரமெனக் கிடப்பேனே.

* * *

11

கற்பனையில் காதல் தீட்டும்
எந்தன் மொழி நீ அறிவாயா!

நீ என் உறவா
உனக்கெனவே உயிர் எடுத்தேன்

உன் பெயர் சொல்லத்தான் என்னவோ
மொழிகளும் பயின்றேன்

நம் பார்வையின் மோதலில் கசிந்த காதல்
அக்கணமே உனைத் தேடி
சிறு பிள்ளையாய் சுற்றித் திரிந்தேன்

அர்த்தமற்ற வார்த்தைகளும்
கவிதை சொல்லும்
உன் இதழில்

உன் வாசம் நான் நுகரத் துடிப்பதேன்

கணநொடியும் உன் அலைகள்
கால் தழுவும்
அது ஏன்

நீ இல்லா பருவம் வரை
வான் பறந்த என் சிறகுகள்
இன்று ஒரு அடி நகர
முடங்குதடி

கண் கடந்தும்
உன் பிம்பம் எனைச் சூழுதடி

நீ இல்லாத என் ரதமும்
துணைத் தேடுதடி
துணையாய் உனைத் தேடுதடி

உன் இமையால் என் இமை மூடும்
நெருக்கம்
உனை அணைத்துப் பிணைக்க ஏனோ தயக்கம்

காதல் அதை உணர
உயிர் என்றால் அது நீயோ

நீ அன்றி நினைவுகளும்
தனிமரமாகுதடி

உயிர் உடல் பிரிந்தாலும்
உனையன்றி எதை நாடும்

உடல் மண் புதைந்தாலும்
உன் பாதம் மட்டுமே சுமேப்பேன்.

* * *

பிரிவென தனிமையில் கதறும்...

12

உதிரும் பொழுதில்
வான் ஏற துடிக்கும்
காய்ந்த இலையின்
காதல் வரிகள்!

தனதென சொந்தம் இல்லாவிடிலும்
இவ்விதக் கனவுகள் தவறல்லவே

விழி மோதும் தருணம்
என் உயிரும் உன்னில்

மனம் சேர மேடைகள் ஏனடா
உன் மடி சாய்தல் போதுமடா

எனை வாழ்த்த உறவுகள் ஏனடா
உன் துணை மட்டுமே போதுமடா

உடலே உறையச் செய்திடும்
உன் அணைப்பின் பிடியை
மறவேனே

உனைக் கொஞ்ச
ஒருநாள் பொழுது போதுமா
யுகங்களும் காத்திருக்கும்

நினைவெனவே இவ்வரிகள்
நிஜமென பிறை
எடுக்காதோ

இரவிலே நான் உனைத் தேட
நிலவொளியை அழைக்கவா

நிலவுக்கும் எல்லை உண்டு
வான் இறங்க விடுவேனோ

உன் உயிரின் துளி
கொஞ்சம் பொழிந்திடு
இதைத் தாண்டி வரங்களும்
இருக்குமோ

விடியலே தாமதம் ஆகிடு
தலைவன் கொஞ்சம் உறங்கட்டும்

நான் சுமக்கும்
உயிரின் பொருள் அது
உன் உதிரம் சொல்லுமே

கனம்கூடும் நேரம் இதமாய்
நீ உடலாக எண்ணுள்

உன் உயிரை ஈன்றெடுக்க
வேண்டினாலும்
கரு சுமந்த கணங்கள்
மறப்பேனா

மடி சாய்ந்து பால் உண்டு
உன் உயிரும் உறங்கினாலும்
உனை அணைத்து
மார் சாய்க்க மறப்பேனா.

* * *

13

வறண்ட நதியின்
மறைத்த துளியோ
உனைப் பார்க்க
விழிநீர் ஆகுதே!

தீராத தாகம்
உன் வழியே தீர
உன் காதல் துளியாகுமா

உன்னோடு வாழ்ந்த
கனவெல்லாம் போக
குறுநேரம் உரையாடவே

பூவிதழை இடராத
காற்றின் அலைபோல்
என் காதல் அலையாடுதே

நீ பிரிந்த நொடியில்
உன் விழி பதித்த இறுதிக் காட்சி
மறுமுறை நிகழ்ந்தால்
இறப்பேனோ

உன் நிழலோடு
உரசாத எந்நாளும்
உருநிழலோடு துணையாகுதே

எட்டாத வான் நோக்கி
ஏறும் ஓர் சிறகாய்
உனை எண்ணி
தரை சேர்கிறேன்

நாம் சேரும் அந்நேரம்
பொய்யான போதும்
நம் எதிர்காலம்
திரையாகுதே

நூறாண்டு புதைந்தாலும்
உன் நினைவோ கடக்க
யுகம் தாண்டி உயிர்த்தெழுவேன்

நிஜம் நம்மை மறுத்தாலும்
நினைவோடு கடக்கும்
கணம்கூட சுகமாகுதே

எனை மறந்து சிரித்தாலும்
உன் சிரிப்பில் தனியும்
என் வலியும் இதமாகுதே.

* * *

14

என் துணையாய்
என்னோடு நானே உரையாட
இப்பிரிவினில் விடைத்தவளே!

என்னைத் தனித்த உறவே
உனக்கு
காதல் உயில் ஒன்று
எழுதவா

நான் தனித்த முதல் நொடி
தெரிந்தாலுமே
அதன் முன் சென்று
தவிர்த்திருப்பேனோ

நான் தொடரும் இந்த
பயணத்திலே
வழி சொல்ல துணை
வேண்டுமோ

நான் இங்கு கரை சேர
படகாக யாரேனும்
வந்தால் என்ன

கண்ணம் வழி எடுக்கும்
விழிகளின் உதகம் துடைக்க
விரல் தேட மறுத்ததேன்

நான் கொஞ்சும் வார்த்தைக்கு
செவி சாய்க்கவே
உறவுகள் இன்றி
ஆழ்கடல் அலைகளைப் போலவே
வார்த்தைகளை அலையவிட்டேன்

வண்ணத்துப்பூச்சிகளின் விளைவாகவே
என் தனிமைக்கு பதில் இங்கு
இயற் கொடுக்குமோ

என் பாதையில் நிழல் அதுவும்
துணை வர மறுத்தாலும்
என் கால்கள் பயணிக்கும்
தனிமையில்

உறவுகள் எல்லாம் இலையாக
உதிர்ந்தாலும்
காலம் நகறும்
தடையின்றி

எனை வருட கைகள் மறுத்தாலுமே
காற்று தனில் வருடலில்
எந்நாளும் மிதந்திருப்பேன்

தடமின்றி மனம் போகும் பாதைகளில் நான் தொடர
வரம் இங்கு யார் தருவாரோ

துணையாக இயற் இருக்க
வேறு எதுவும் வேண்டுமோ
உனைப் பிரிந்த இத்தனிமையில்
இயற் மடியில் மடிவேனோ.

* * *

15

பிரிவின் கொடையாய்
மௌனம் அளித்து
நினைவின் துணையுடன்
நாளும் கழித்து
இவளே கதியென குமுறலும்
வரிகளாய்!

உன் மௌனம் விடவும்
கனமாய் ஒலிக்கும்
ஓசையை அறிவேனா

மலரும் இங்கு வானம் பார்க்க
ஒரு நாள் போதுமடி
புதிதாய் பிறக்கும்
ஒவ்வொரு நாளும்
நீயன்றி மெலியுதடி

நான் வரைந்த ஓவியங்கள்
அழிந்தாலுமே
என் மை என்றும் தீராதடி

என் ஆசைகள் கனவாகி கலைந்தாலுமே
அது தினம் வரும் மறவாதடி

கண்களின் வழியே வருகின்ற நீரே
மழையாய் வருவாயா

என் கிறுக்கல் உனக்கென்றும்
புரியாதிருக்க
அந்த கிறுக்களும் உன் பெயர்
எழுதுமடி

அழகெல்லாம் என் பக்கம்
திரும்பாது என்றேன்
உன் முகமோ மனதில் பாயுதடி

உந்தன் வழியே
காதல் வந்தால்
இயற்கையை மறப்பேனா

நிலவை மிஞ்சிய
வளைவுகள் வரைய
உன்னிடம் படர்ந்தேனா

உன் வாசம் என்னைச் சூழ்ந்திருக்க
காற்றும் தூதாகுதே

பிரிவின் நுனியில்
உரசல் உளறும்
கூற்றின் மொழிகள்
போதுமடி

தொடுதலில் மறுபிறவி
உண்டேயானால்
உன் இதழின் முத்தம் போதுமடி

உன் மடியின் வெப்பத்தில்
உறங்கிய நாட்கள்
என்றும் மறவாதடி

என் பெயரும்
ஒரு சொல் கவிதையாகும்
உன் இதழின் சத்தத்தில்

என் விடியலும் உன் புறம்
தோன்றுமானால்
அந்த நேரமும்
உறையச் செய்திடுவேன்

என் பயணம் உன்னுடன்
தொடருமானால்
உன் ஆசையே
விதியென திளைத்திருப்பேன்

இப்பிறவி நுனியின்
விடுதலை சிரிப்பில்
முழு அர்த்தமும் நீயே நிலைத்திருக்க
*
நான் பார்த்துத் திளைக்கும்
இறுதிக் காட்சி
உன் கருவிழி மட்டும் போதுமடி.

* * *

கதியற்று மன்றாடும்...

16

என் நவசாரிகையே!

இவ்வரிகளிள் என் பிழை திருந்தாது
இருந்தும் என் வழி இவ்விதமே

காதல் துணைவி என பெயரிட்டு
நம் உறவின் எல்லையைச் சுறுக்கவா

அழகிய கோபம் உன்போல் பொழிய
உனையன்றி யாரிடம் காண்பேனோ

கோபம் பிரித்த இடைமுறிவில்
பொய்யென நானும் நானாக

பிஞ்செனும் வார்த்தையில் நஞ்சுகள் ஊட்டிய
மதிகெட்ட மடையனை பிழை பொறு

உன் மௌனம் தந்த வலியைக் கண்டபின்
மரணமே மேல் என மடிவேனோ

இதுபோல் நீயும் அங்கே உலாவ
என் நினைவுகள் உன்னை வருடாதா

வரமென உன்னிடம் புன்னகை கேட்க
அமைதிப் பூட்டினை உடைத்திடு

நானே முடிவில் பூக்களை நீட்ட
உந்தன் அழகிய ஏக்கம் அறிவேனே

உன் கோபம் துளியென
குறையா போதும்
நான் அணைக்க என்னிடம்
மடிவாயா.

* * *

17

முறிவின் பிரிவில்
நொடியும் யுகம் போல் கனக்க
மறு இணக்கம் தேடி
மன்றாடும் கவி!

கண்டம் கடந்து வந்த
காற்றலையைப் போல
என் எதிரே தேவதையாய்

உறைந்து போய்
புத்தக வரிகளும்
உன் பெயர் சொன்னதடி

பார்வைப் பயணத்தில் சில காலம்

இரையில் சிக்கா எலியாய்
நாம் கொரித்த
அழகிய தருணங்களில் சில காலம்

ஏக்கம் பெருகி
அணைப்போடு காதல்
முன்மொழிந்தாயே

நான் சொல்லவிருந்த இடைவெளியில்
என் நாடி நரம்பெல்லாம்
உன் உயிரே பாயுதடி

கண்மணி
உன் சூடான சுவாசம் பூச
நான் ஏங்கி தவித்ததை
யாரிடம் சொல்ல

மடந்தையே
கோபத்தில் நான் சொன்ன
வார்த்தைகளை எல்லாம்
தாயிடம் ஏங்கிய
மழலையின் கதறலாய்
மன்னித்துவிடு

பிரம்மனின் மறைக்கப்பட்ட
படைப்பே வந்தாலும்
உன் இதழின் வரிகள் தாண்டாதடி

எல்லாம் மறந்து
உன் மடியே கதி என
நான் சாய்ந்த காலங்கள் வருமா

எதுவோ வந்து நம்மைப் பிரிக்க
தனிமையின் துணையாய்
உன் நினைவுதான்

உன் நினைவும் துணையாய்
கண்ணீரை அழைக்குதடி

கண்ணீரெல்லாம் காய்ந்துபோயின்
உன் நினைவின் ஈரம் தழுவுதடி

முத்தம் என்று
நீ வைத்த எச்சில் அழுத்தம்
இன்றும் வறுடுதடி

நீ வைத்துப்போன சுவடு எல்லாம்
நான் காணும் கனவாய் உறங்குதடி

உன்னுடன் நான் கண்ட கனவெல்லாம்
ஒரு நாளாவது வரமாகாதா

உன் இடம் தட்ட
எதுவும் இங்கு இல்லையடி
*

ஒவ்வொரு சிமிட்டலிலும்
காதல் சொன்னது நீயடி

காதலா துணையா
உறவின் உச்சத்தை
நீயே தந்தாய்

கோடி அம்புகள்
என் மார் கிழித்தாலும்
காற்றின் கீறல்கூட
உன் பக்கம் விடமாட்டேன்

நான் பெண்மை உணர்ந்த
முதல் பெண்ணாய்
ஒரே பெண்ணாய்
எல்லை வரை வருவாயா

என் விரலின் இடைவெளி
நிரப்ப உனையன்றி யாரடி

என்றும் உன்னோடு.

* * *

18

உடன் வருவாயா!

முடியாத கவிதை போல
வரிகளில் தருணம் இழைவோமா

கரை நின்று காணும்
தொடுவானம்
என்றும் உடன் வரவே
சேர்வோமா

நம் காதல் தூறும்
அந்த சாரல் வார்த்தைகளை
மறைமொழியாகப் புதைப்போமா

இமைப் பொழுதில்
ஒரு கனவைக் கண்டு
அதில் ஊடல் ஓவியம்
வரைவோமா

உனை மதியாதோர்
பெண் அதிசயம் காண்பேனோ
உன் ஆசை எண்ணில் அடங்க
எவ்வித தவங்கள் செய்வேனோ

அழகெல்லாம் செறிந்த
பிரம்மனின் கற்பனையும்
நீ துப்பிய நகம் காட்டுமா

உன் மேல் நான் கொண்ட
உரிமையில்
என் மொத்தமும் உனதாய்

காதல் பொழியும்
ஒவ்வொரு நொடியும்
உன் ஆசைத் திரையின்
எதிரொளியாய்

உறங்கா கண்களில் தொடங்கி
மறக்கா கனவில் தொடர்ந்து
மடியில் எழவே விழிப்போமா

உன் கோபமும் ஆசையாய்
என் கோபமும்
உன் கொஞ்சலில் அடங்க
உன் அடிவையில் மோட்சம் கண்டேனே

முடிவென அமையா
காவியம் ஒன்று படைப்போமா
மொழியென நான் இருக்க
இலக்கணமாய் வருவாயா.

* * *

19

அன்பிற்கினியவளே விலகாதே!

எதிரினிலே கிடந்தவளை
இனி நினைவென நினைக்கையில் வருடிடுதே

சிரிப்பின் சத்தம் போதையென
இனி மௌன மொழியினில் ரசித்திடவா

உரசியே தேய்ந்த
காலங்கள் மறந்து
காற்றின் உரசலில் உன் ஸ்பரிசம் தேடிடவா

தோள் சாய்ந்திட நசுங்கிய கன்னங்களை
எவ்வித பூவின் மென்மையில் பார்த்திடுவேன்

என் முகம் வாட
மொத்தமாய் உருகிடும்
அன்பிற்கினியவளே விலகாதே

உலகமே நீ என கிடந்தாலும்
அந்த உலகத்தின்
மொத்த வாஞ்சையும்
காதலாய் உன் மடி
சேர்வேனே

விரலின் கடைசி உரசலில்
காதல் கை கோர்க்க
காரணம் தேடிடுதே

அன்று விரலின் இடையில் உன் விரலா
இன்றோ மையின் கண்ணீரா
புள்ளியை நிரப்ப கண்ணீர் சிந்துகிறேன்.

* * *

20

உனையன்றி பழகிய
புதுமையை காண்பேனோ
உன்னுடனான கணம் தாண்டி
வரமொன்று வாய்க்குமோ!

இது போதும் கண்மணியே
வேறென்ன நான் கேட்பேன்
உறவாக நீ வருவதற்கே
நூறாண்டு தவம் கிடப்பேன்

பெண்மையில் முழுமையாய்
நீ மாறியும்
என்றென்றும் உனக்காகக்
காத்து நிற்பேன்

மார்போடு மடியோடு நீ உறங்க
இடையோரம் காதோரம் முத்தமிட்டேன்

கோபங்கள் கொண்டாலும்
தோள் சாய்ந்திடு
பேசாமல் போனாலோ
தாங்காதடி

துகளாக நான்
உடைந்து போனாலுமே
மண்ணாகி
உன் பாதம் சுமப்பேனடி

எனை போல
பெண்ணாக ஒரு தேவதை
உன் சாயல் கொண்ட
ஓர் ஆண் நாயகன்

நூறாண்டு வாழ்ந்தாலும்
துணையாக வா
ஜென்மங்கள் கடந்தாலும்
உனை நாடியே

நரை வந்தும்
மின்னாயோ என் தாரகை
வரம் என்று
உன் மடியில் நான் மடிவேனோ

எந்தன் தாரகையே
இவை தாண்டி வேறென்ன
கேட்பேனோ.

* * *

காதல் கண்ணீர் பருகும்...

21

பிறவி மொத்தமும்
உன் துணையே போதும்
நொடி அணுக்கம்
சலிக்கா துணையாளே!

காலம் கால்கள்
ஓய்ந்த பின்னும்
காதல் ஓயவில்லையே

தலைமுறை கோடி
பார்ப்பினும்
உனையன்றி புதுமை
இல்லையே

சேர்த்து வைத்த
பிறவிப் பாவம்
உன் காலடியில்
கரையுதே

நரைகள் வண்ணம்
பூசும் போதும்
பகரம் படிகள் ஏறுதே

பெண்மையின் பொருள் என
என்னுடன் இருப்பினும்
உந்தன் புதிர்கள்
முடிவிலியே

இக்கணம் உன் மடியில்
மரணம் கண்டால்
வாழ்வின் பொருள் அது
தெளியாதோ

இதுவரை என்னை சுமந்த
உந்தன் நெஞ்சம் கனக்க
பிரிவேனோ

இறவாத வாழ்வென
அமையும் பொழுதும்
உன்னுடன் பயணம்
வரம் அல்லவே.

* * *

22

பொக்கிஷத்தைப் பொட்டலமாய்
குப்பையோரம் வீண் கழித்தே
சாசுவத நித்திரையில்
ஏதிலியாய் விடைத்தவளே!

வேர் அறுந்த மரமாக
தள்ளாட விட்டாயே

மடி சாய
தலை கோதி விட்டதெல்லாம்
திரும்பிடுமா

கருகருவென குண்டுமணி
பாலில் மிதந்து
என் கரை சேரும்

கலைந்தாலும் காவியம் பாடும்
கூந்தல் வாசம் மறந்திடுமா

பொல்லாத பணத்தைத் தேடி
உனை மறந்த பாவத்துக்கா
சொல்லாமல் தூங்கிவிட்டாய்
விழி பார்த்திடு தலைமகளே

கதவோரம்
நான் வரும் நேரம் எண்ணி
கணக்குப் போட விட்டதுக்கா
பதில் இல்லா கணக்கப் போட்டு
காலம் தள்ள விட்டுருக்க

உனைப் போல பிள்ளை பெறவே
சத்தியத்தைச் செய்தாயே
இல்லையென்ற குறைதீர்க்க
என் மகவாகவே வாழ்ந்தவளே

மறுஜென்ம பிறவியெல்லாம்
நிஜமாகிப் போகாதா
கண்மூடித் திறக்கும்போது
இந்தக் கோலம் கனவாகாதா

கடைசியிலே அந்த நிமிடம்
என்னென்ன நினைத்திருப்பாய்
ஏதோ ஒரு வழியாய் வந்து
என் பாவத்தைத் தனிப்பாயா

நான் இருக்கும் காலம் இன்னும்
எத்தனை நாள் நாடகமோ
நீ இல்லா ஆடும் ஆட்டம்
கதை இல்லா காவியமோ.

* * *